AF730858

THIS JOURNAL BELONGS TO:

A

Site name: ______________________________
Site address: ______________________________
Login/Username: ______________________________
Password: ______________________________

Site name: ______________________________
Site address: ______________________________
Login/Username: ______________________________
Password: ______________________________

Site name: ______________________________
Site address: ______________________________
Login/Username: ______________________________
Password: ______________________________

Site name: ______________________________
Site address: ______________________________
Login/Username: ______________________________
Password: ______________________________

Site name: ______________________________
Site address: ______________________________
Login/Username: ______________________________
Password: ______________________________

A

Site name: ____________________
Site address: ____________________
Login/Username: ____________________
Password: ____________________

Site name: ____________________
Site address: ____________________
Login/Username: ____________________
Password: ____________________

Site name: ____________________
Site address: ____________________
Login/Username: ____________________
Password: ____________________

Site name: ____________________
Site address: ____________________
Login/Username: ____________________
Password: ____________________

Site name: ____________________
Site address: ____________________
Login/Username: ____________________
Password: ____________________

A

Site name: ____________________
Site address: ____________________
Login/Username: ____________________
Password: ____________________

Site name: ____________________
Site address: ____________________
Login/Username: ____________________
Password: ____________________

Site name: ____________________
Site address: ____________________
Login/Username: ____________________
Password: ____________________

Site name: ____________________
Site address: ____________________
Login/Username: ____________________
Password: ____________________

Site name: ____________________
Site address: ____________________
Login/Username: ____________________
Password: ____________________

A

Site name: ____________________
Site address: ____________________
Login/Username: ____________________
Password: ____________________

Site name: ____________________
Site address: ____________________
Login/Username: ____________________
Password: ____________________

Site name: ____________________
Site address: ____________________
Login/Username: ____________________
Password: ____________________

Site name: ____________________
Site address: ____________________
Login/Username: ____________________
Password: ____________________

Site name: ____________________
Site address: ____________________
Login/Username: ____________________
Password: ____________________

B

Site name: ____________________
Site address: ____________________
Login/Username: ____________________
Password: ____________________

Site name: ____________________
Site address: ____________________
Login/Username: ____________________
Password: ____________________

Site name: ____________________
Site address: ____________________
Login/Username: ____________________
Password: ____________________

Site name: ____________________
Site address: ____________________
Login/Username: ____________________
Password: ____________________

Site name: ____________________
Site address: ____________________
Login/Username: ____________________
Password: ____________________

B

Site name: ______________________________
Site address: ______________________________
Login/Username: ______________________________
Password: ______________________________

Site name: ______________________________
Site address: ______________________________
Login/Username: ______________________________
Password: ______________________________

Site name: ______________________________
Site address: ______________________________
Login/Username: ______________________________
Password: ______________________________

Site name: ______________________________
Site address: ______________________________
Login/Username: ______________________________
Password: ______________________________

Site name: ______________________________
Site address: ______________________________
Login/Username: ______________________________
Password: ______________________________

B

Site name: ______________________________

Site address: ______________________________

Login/Username: ______________________________

Password: ______________________________

Site name: ______________________________

Site address: ______________________________

Login/Username: ______________________________

Password: ______________________________

Site name: ______________________________

Site address: ______________________________

Login/Username: ______________________________

Password: ______________________________

Site name: ______________________________

Site address: ______________________________

Login/Username: ______________________________

Password: ______________________________

Site name: ______________________________

Site address: ______________________________

Login/Username: ______________________________

Password: ______________________________

B

Site name: ____
Site address: ____
Login/Username: _______________________________________
Password: ____

Site name: ____
Site address: ____
Login/Username: _______________________________________
Password: ____

Site name: ____
Site address: ____
Login/Username: _______________________________________
Password: ____

Site name: ____
Site address: ____
Login/Username: _______________________________________
Password: ____

Site name: ____
Site address: ____
Login/Username: _______________________________________
Password: ____

C

Site name: ____________________
Site address: ____________________
Login/Username: ____________________
Password: ____________________

Site name: ____________________
Site address: ____________________
Login/Username: ____________________
Password: ____________________

Site name: ____________________
Site address: ____________________
Login/Username: ____________________
Password: ____________________

Site name: ____________________
Site address: ____________________
Login/Username: ____________________
Password: ____________________

Site name: ____________________
Site address: ____________________
Login/Username: ____________________
Password: ____________________

C

Site name: ______________________________
Site address: ______________________________
Login/Username: ______________________________
Password: ______________________________

Site name: ______________________________
Site address: ______________________________
Login/Username: ______________________________
Password: ______________________________

Site name: ______________________________
Site address: ______________________________
Login/Username: ______________________________
Password: ______________________________

Site name: ______________________________
Site address: ______________________________
Login/Username: ______________________________
Password: ______________________________

Site name: ______________________________
Site address: ______________________________
Login/Username: ______________________________
Password: ______________________________

C

Site name: ______________________________
Site address: ______________________________
Login/Username: ______________________________
Password: ______________________________

Site name: ______________________________
Site address: ______________________________
Login/Username: ______________________________
Password: ______________________________

Site name: ______________________________
Site address: ______________________________
Login/Username: ______________________________
Password: ______________________________

Site name: ______________________________
Site address: ______________________________
Login/Username: ______________________________
Password: ______________________________

Site name: ______________________________
Site address: ______________________________
Login/Username: ______________________________
Password: ______________________________

C

Site name: ______________________
Site address: ______________________
Login/Username: ______________________
Password: ______________________

Site name: ______________________
Site address: ______________________
Login/Username: ______________________
Password: ______________________

Site name: ______________________
Site address: ______________________
Login/Username: ______________________
Password: ______________________

Site name: ______________________
Site address: ______________________
Login/Username: ______________________
Password: ______________________

Site name: ______________________
Site address: ______________________
Login/Username: ______________________
Password: ______________________

D

Site name: ___________________________________

Site address: ___________________________________

Login/Username: ___________________________________

Password: ___________________________________

Site name: ___________________________________

Site address: ___________________________________

Login/Username: ___________________________________

Password: ___________________________________

Site name: ___________________________________

Site address: ___________________________________

Login/Username: ___________________________________

Password: ___________________________________

Site name: ___________________________________

Site address: ___________________________________

Login/Username: ___________________________________

Password: ___________________________________

Site name: ___________________________________

Site address: ___________________________________

Login/Username: ___________________________________

Password: ___________________________________

D

Site name: ___________________________
Site address: ___________________________
Login/Username: ___________________________
Password: ___________________________

Site name: ___________________________
Site address: ___________________________
Login/Username: ___________________________
Password: ___________________________

Site name: ___________________________
Site address: ___________________________
Login/Username: ___________________________
Password: ___________________________

Site name: ___________________________
Site address: ___________________________
Login/Username: ___________________________
Password: ___________________________

Site name: ___________________________
Site address: ___________________________
Login/Username: ___________________________
Password: ___________________________

D

Site name: ______________________________
Site address: ______________________________
Login/Username: ______________________________
Password: ______________________________

Site name: ______________________________
Site address: ______________________________
Login/Username: ______________________________
Password: ______________________________

Site name: ______________________________
Site address: ______________________________
Login/Username: ______________________________
Password: ______________________________

Site name: ______________________________
Site address: ______________________________
Login/Username: ______________________________
Password: ______________________________

Site name: ______________________________
Site address: ______________________________
Login/Username: ______________________________
Password: ______________________________

D

Site name: ______________________________
Site address: ______________________________
Login/Username: ______________________________
Password: ______________________________

Site name: ______________________________
Site address: ______________________________
Login/Username: ______________________________
Password: ______________________________

Site name: ______________________________
Site address: ______________________________
Login/Username: ______________________________
Password: ______________________________

Site name: ______________________________
Site address: ______________________________
Login/Username: ______________________________
Password: ______________________________

Site name: ______________________________
Site address: ______________________________
Login/Username: ______________________________
Password: ______________________________

E

Site name: ______________________________
Site address: ______________________________
Login/Username: ______________________________
Password: ______________________________

Site name: ______________________________
Site address: ______________________________
Login/Username: ______________________________
Password: ______________________________

Site name: ______________________________
Site address: ______________________________
Login/Username: ______________________________
Password: ______________________________

Site name: ______________________________
Site address: ______________________________
Login/Username: ______________________________
Password: ______________________________

Site name: ______________________________
Site address: ______________________________
Login/Username: ______________________________
Password: ______________________________

E

Site name: ___________________________
Site address: ___________________________
Login/Username: ___________________________
Password: ___________________________

Site name: ___________________________
Site address: ___________________________
Login/Username: ___________________________
Password: ___________________________

Site name: ___________________________
Site address: ___________________________
Login/Username: ___________________________
Password: ___________________________

Site name: ___________________________
Site address: ___________________________
Login/Username: ___________________________
Password: ___________________________

Site name: ___________________________
Site address: ___________________________
Login/Username: ___________________________
Password: ___________________________

E

Site name: ______________________________
Site address: ______________________________
Login/Username: ______________________________
Password: ______________________________

Site name: ______________________________
Site address: ______________________________
Login/Username: ______________________________
Password: ______________________________

Site name: ______________________________
Site address: ______________________________
Login/Username: ______________________________
Password: ______________________________

Site name: ______________________________
Site address: ______________________________
Login/Username: ______________________________
Password: ______________________________

Site name: ______________________________
Site address: ______________________________
Login/Username: ______________________________
Password: ______________________________

E

Site name: ____________________
Site address: ____________________
Login/Username: ____________________
Password: ____________________

Site name: ____________________
Site address: ____________________
Login/Username: ____________________
Password: ____________________

Site name: ____________________
Site address: ____________________
Login/Username: ____________________
Password: ____________________

Site name: ____________________
Site address: ____________________
Login/Username: ____________________
Password: ____________________

Site name: ____________________
Site address: ____________________
Login/Username: ____________________
Password: ____________________

F

Site name: ______________________________
Site address: ______________________________
Login/Username: ______________________________
Password: ______________________________

Site name: ______________________________
Site address: ______________________________
Login/Username: ______________________________
Password: ______________________________

Site name: ______________________________
Site address: ______________________________
Login/Username: ______________________________
Password: ______________________________

Site name: ______________________________
Site address: ______________________________
Login/Username: ______________________________
Password: ______________________________

Site name: ______________________________
Site address: ______________________________
Login/Username: ______________________________
Password: ______________________________

F

Site name: ______________________________
Site address: ______________________________
Login/Username: ______________________________
Password: ______________________________

Site name: ______________________________
Site address: ______________________________
Login/Username: ______________________________
Password: ______________________________

Site name: ______________________________
Site address: ______________________________
Login/Username: ______________________________
Password: ______________________________

Site name: ______________________________
Site address: ______________________________
Login/Username: ______________________________
Password: ______________________________

Site name: ______________________________
Site address: ______________________________
Login/Username: ______________________________
Password: ______________________________

F

Site name: ______________________________

Site address: ______________________________

Login/Username: ______________________________

Password: ______________________________

Site name: ______________________________

Site address: ______________________________

Login/Username: ______________________________

Password: ______________________________

Site name: ______________________________

Site address: ______________________________

Login/Username: ______________________________

Password: ______________________________

Site name: ______________________________

Site address: ______________________________

Login/Username: ______________________________

Password: ______________________________

Site name: ______________________________

Site address: ______________________________

Login/Username: ______________________________

Password: ______________________________

F

Site name: ____________________
Site address: ____________________
Login/Username: ____________________
Password: ____________________

Site name: ____________________
Site address: ____________________
Login/Username: ____________________
Password: ____________________

Site name: ____________________
Site address: ____________________
Login/Username: ____________________
Password: ____________________

Site name: ____________________
Site address: ____________________
Login/Username: ____________________
Password: ____________________

Site name: ____________________
Site address: ____________________
Login/Username: ____________________
Password: ____________________

G

Site name: ___

Site address: ___

Login/Username: ___

Password: ___

Site name: ___

Site address: ___

Login/Username: ___

Password: ___

Site name: ___

Site address: ___

Login/Username: ___

Password: ___

Site name: ___

Site address: ___

Login/Username: ___

Password: ___

Site name: ___

Site address: ___

Login/Username: ___

Password: ___

G

Site name: ______________________________

Site address: ______________________________

Login/Username: ______________________________

Password: ______________________________

Site name: ______________________________

Site address: ______________________________

Login/Username: ______________________________

Password: ______________________________

Site name: ______________________________

Site address: ______________________________

Login/Username: ______________________________

Password: ______________________________

Site name: ______________________________

Site address: ______________________________

Login/Username: ______________________________

Password: ______________________________

Site name: ______________________________

Site address: ______________________________

Login/Username: ______________________________

Password: ______________________________

G

Site name: ____________________
Site address: ____________________
Login/Username: ____________________
Password: ____________________

Site name: ____________________
Site address: ____________________
Login/Username: ____________________
Password: ____________________

Site name: ____________________
Site address: ____________________
Login/Username: ____________________
Password: ____________________

Site name: ____________________
Site address: ____________________
Login/Username: ____________________
Password: ____________________

Site name: ____________________
Site address: ____________________
Login/Username: ____________________
Password: ____________________

G

Site name: ______________________________

Site address: ______________________________

Login/Username: ______________________________

Password: ______________________________

Site name: ______________________________

Site address: ______________________________

Login/Username: ______________________________

Password: ______________________________

Site name: ______________________________

Site address: ______________________________

Login/Username: ______________________________

Password: ______________________________

Site name: ______________________________

Site address: ______________________________

Login/Username: ______________________________

Password: ______________________________

Site name: ______________________________

Site address: ______________________________

Login/Username: ______________________________

Password: ______________________________

H

Site name: ____________________

Site address: ____________________

Login/Username: ____________________

Password: ____________________

Site name: ____________________

Site address: ____________________

Login/Username: ____________________

Password: ____________________

Site name: ____________________

Site address: ____________________

Login/Username: ____________________

Password: ____________________

Site name: ____________________

Site address: ____________________

Login/Username: ____________________

Password: ____________________

Site name: ____________________

Site address: ____________________

Login/Username: ____________________

Password: ____________________

H

Site name: ______________________________
Site address: ______________________________
Login/Username: ______________________________
Password: ______________________________

Site name: ______________________________
Site address: ______________________________
Login/Username: ______________________________
Password: ______________________________

Site name: ______________________________
Site address: ______________________________
Login/Username: ______________________________
Password: ______________________________

Site name: ______________________________
Site address: ______________________________
Login/Username: ______________________________
Password: ______________________________

Site name: ______________________________
Site address: ______________________________
Login/Username: ______________________________
Password: ______________________________

H

Site name: ____________________
Site address: ____________________
Login/Username: ____________________
Password: ____________________

Site name: ____________________
Site address: ____________________
Login/Username: ____________________
Password: ____________________

Site name: ____________________
Site address: ____________________
Login/Username: ____________________
Password: ____________________

Site name: ____________________
Site address: ____________________
Login/Username: ____________________
Password: ____________________

Site name: ____________________
Site address: ____________________
Login/Username: ____________________
Password: ____________________

H

Site name: ______________________________
Site address: ______________________________
Login/Username: ______________________________
Password: ______________________________

Site name: ______________________________
Site address: ______________________________
Login/Username: ______________________________
Password: ______________________________

Site name: ______________________________
Site address: ______________________________
Login/Username: ______________________________
Password: ______________________________

Site name: ______________________________
Site address: ______________________________
Login/Username: ______________________________
Password: ______________________________

Site name: ______________________________
Site address: ______________________________
Login/Username: ______________________________
Password: ______________________________

I

Site name: ______________________________
Site address: ______________________________
Login/Username: ______________________________
Password: ______________________________

Site name: ______________________________
Site address: ______________________________
Login/Username: ______________________________
Password: ______________________________

Site name: ______________________________
Site address: ______________________________
Login/Username: ______________________________
Password: ______________________________

Site name: ______________________________
Site address: ______________________________
Login/Username: ______________________________
Password: ______________________________

Site name: ______________________________
Site address: ______________________________
Login/Username: ______________________________
Password: ______________________________

I

Site name: ______________________________
Site address: ______________________________
Login/Username: ______________________________
Password: ______________________________

Site name: ______________________________
Site address: ______________________________
Login/Username: ______________________________
Password: ______________________________

Site name: ______________________________
Site address: ______________________________
Login/Username: ______________________________
Password: ______________________________

Site name: ______________________________
Site address: ______________________________
Login/Username: ______________________________
Password: ______________________________

Site name: ______________________________
Site address: ______________________________
Login/Username: ______________________________
Password: ______________________________

I

Site name: ______________________________
Site address: ______________________________
Login/Username: ______________________________
Password: ______________________________

Site name: ______________________________
Site address: ______________________________
Login/Username: ______________________________
Password: ______________________________

Site name: ______________________________
Site address: ______________________________
Login/Username: ______________________________
Password: ______________________________

Site name: ______________________________
Site address: ______________________________
Login/Username: ______________________________
Password: ______________________________

Site name: ______________________________
Site address: ______________________________
Login/Username: ______________________________
Password: ______________________________

Site name: ______________________________
Site address: ______________________________
Login/Username: ______________________________
Password: ______________________________

Site name: ______________________________
Site address: ______________________________
Login/Username: ______________________________
Password: ______________________________

Site name: ______________________________
Site address: ______________________________
Login/Username: ______________________________
Password: ______________________________

Site name: ______________________________
Site address: ______________________________
Login/Username: ______________________________
Password: ______________________________

Site name: ______________________________
Site address: ______________________________
Login/Username: ______________________________
Password: ______________________________

J

Site name: ___

Site address: ___

Login/Username: ___

Password: ___

Site name: ___

Site address: ___

Login/Username: ___

Password: ___

Site name: ___

Site address: ___

Login/Username: ___

Password: ___

Site name: ___

Site address: ___

Login/Username: ___

Password: ___

Site name: ___

Site address: ___

Login/Username: ___

Password: ___

J

Site name: ______________________________
Site address: ______________________________
Login/Username: ______________________________
Password: ______________________________

Site name: ______________________________
Site address: ______________________________
Login/Username: ______________________________
Password: ______________________________

Site name: ______________________________
Site address: ______________________________
Login/Username: ______________________________
Password: ______________________________

Site name: ______________________________
Site address: ______________________________
Login/Username: ______________________________
Password: ______________________________

Site name: ______________________________
Site address: ______________________________
Login/Username: ______________________________
Password: ______________________________

J

Site name: ______________________________
Site address: ______________________________
Login/Username: ______________________________
Password: ______________________________

Site name: ______________________________
Site address: ______________________________
Login/Username: ______________________________
Password: ______________________________

Site name: ______________________________
Site address: ______________________________
Login/Username: ______________________________
Password: ______________________________

Site name: ______________________________
Site address: ______________________________
Login/Username: ______________________________
Password: ______________________________

Site name: ______________________________
Site address: ______________________________
Login/Username: ______________________________
Password: ______________________________

J

Site name: ______________________________
Site address: ______________________________
Login/Username: ______________________________
Password: ______________________________

Site name: ______________________________
Site address: ______________________________
Login/Username: ______________________________
Password: ______________________________

Site name: ______________________________
Site address: ______________________________
Login/Username: ______________________________
Password: ______________________________

Site name: ______________________________
Site address: ______________________________
Login/Username: ______________________________
Password: ______________________________

Site name: ______________________________
Site address: ______________________________
Login/Username: ______________________________
Password: ______________________________

K

Site name: ____________________
Site address: ____________________
Login/Username: ____________________
Password: ____________________

Site name: ____________________
Site address: ____________________
Login/Username: ____________________
Password: ____________________

Site name: ____________________
Site address: ____________________
Login/Username: ____________________
Password: ____________________

Site name: ____________________
Site address: ____________________
Login/Username: ____________________
Password: ____________________

Site name: ____________________
Site address: ____________________
Login/Username: ____________________
Password: ____________________

K

Site name: ______________________________

Site address: ______________________________

Login/Username: ______________________________

Password: ______________________________

Site name: ______________________________

Site address: ______________________________

Login/Username: ______________________________

Password: ______________________________

Site name: ______________________________

Site address: ______________________________

Login/Username: ______________________________

Password: ______________________________

Site name: ______________________________

Site address: ______________________________

Login/Username: ______________________________

Password: ______________________________

Site name: ______________________________

Site address: ______________________________

Login/Username: ______________________________

Password: ______________________________

K

Site name: ______________________________

Site address: ______________________________

Login/Username: ______________________________

Password: ______________________________

Site name: ______________________________

Site address: ______________________________

Login/Username: ______________________________

Password: ______________________________

Site name: ______________________________

Site address: ______________________________

Login/Username: ______________________________

Password: ______________________________

Site name: ______________________________

Site address: ______________________________

Login/Username: ______________________________

Password: ______________________________

Site name: ______________________________

Site address: ______________________________

Login/Username: ______________________________

Password: ______________________________

K

Site name: ______________________________
Site address: ______________________________
Login/Username: ______________________________
Password: ______________________________

Site name: ______________________________
Site address: ______________________________
Login/Username: ______________________________
Password: ______________________________

Site name: ______________________________
Site address: ______________________________
Login/Username: ______________________________
Password: ______________________________

Site name: ______________________________
Site address: ______________________________
Login/Username: ______________________________
Password: ______________________________

Site name: ______________________________
Site address: ______________________________
Login/Username: ______________________________
Password: ______________________________

L

Site name: ______________________________
Site address: ______________________________
Login/Username: ______________________________
Password: ______________________________

Site name: ______________________________
Site address: ______________________________
Login/Username: ______________________________
Password: ______________________________

Site name: ______________________________
Site address: ______________________________
Login/Username: ______________________________
Password: ______________________________

Site name: ______________________________
Site address: ______________________________
Login/Username: ______________________________
Password: ______________________________

Site name: ______________________________
Site address: ______________________________
Login/Username: ______________________________
Password: ______________________________

L

Site name: ____________________________
Site address: __________________________
Login/Username: ________________________
Password: ____________________________

Site name: ____________________________
Site address: __________________________
Login/Username: ________________________
Password: ____________________________

Site name: ____________________________
Site address: __________________________
Login/Username: ________________________
Password: ____________________________

Site name: ____________________________
Site address: __________________________
Login/Username: ________________________
Password: ____________________________

Site name: ____________________________
Site address: __________________________
Login/Username: ________________________
Password: ____________________________

L

Site name: ____________________

Site address: ____________________

Login/Username: ____________________

Password: ____________________

Site name: ____________________

Site address: ____________________

Login/Username: ____________________

Password: ____________________

Site name: ____________________

Site address: ____________________

Login/Username: ____________________

Password: ____________________

Site name: ____________________

Site address: ____________________

Login/Username: ____________________

Password: ____________________

Site name: ____________________

Site address: ____________________

Login/Username: ____________________

Password: ____________________

L

Site name: ______________________________

Site address: ______________________________

Login/Username: ______________________________

Password: ______________________________

Site name: ______________________________

Site address: ______________________________

Login/Username: ______________________________

Password: ______________________________

Site name: ______________________________

Site address: ______________________________

Login/Username: ______________________________

Password: ______________________________

Site name: ______________________________

Site address: ______________________________

Login/Username: ______________________________

Password: ______________________________

Site name: ______________________________

Site address: ______________________________

Login/Username: ______________________________

Password: ______________________________

M

Site name: ______________________________
Site address: ______________________________
Login/Username: ______________________________
Password: ______________________________

Site name: ______________________________
Site address: ______________________________
Login/Username: ______________________________
Password: ______________________________

Site name: ______________________________
Site address: ______________________________
Login/Username: ______________________________
Password: ______________________________

Site name: ______________________________
Site address: ______________________________
Login/Username: ______________________________
Password: ______________________________

Site name: ______________________________
Site address: ______________________________
Login/Username: ______________________________
Password: ______________________________

M

Site name: ______________________________

Site address: ______________________________

Login/Username: ______________________________

Password: ______________________________

Site name: ______________________________

Site address: ______________________________

Login/Username: ______________________________

Password: ______________________________

Site name: ______________________________

Site address: ______________________________

Login/Username: ______________________________

Password: ______________________________

Site name: ______________________________

Site address: ______________________________

Login/Username: ______________________________

Password: ______________________________

Site name: ______________________________

Site address: ______________________________

Login/Username: ______________________________

Password: ______________________________

M

Site name: ______________________________
Site address: ______________________________
Login/Username: ______________________________
Password: ______________________________

Site name: ______________________________
Site address: ______________________________
Login/Username: ______________________________
Password: ______________________________

Site name: ______________________________
Site address: ______________________________
Login/Username: ______________________________
Password: ______________________________

Site name: ______________________________
Site address: ______________________________
Login/Username: ______________________________
Password: ______________________________

Site name: ______________________________
Site address: ______________________________
Login/Username: ______________________________
Password: ______________________________

M

Site name: ____________________
Site address: ____________________
Login/Username: ____________________
Password: ____________________

Site name: ____________________
Site address: ____________________
Login/Username: ____________________
Password: ____________________

Site name: ____________________
Site address: ____________________
Login/Username: ____________________
Password: ____________________

Site name: ____________________
Site address: ____________________
Login/Username: ____________________
Password: ____________________

Site name: ____________________
Site address: ____________________
Login/Username: ____________________
Password: ____________________

N

Site name: ____________________
Site address: ____________________
Login/Username: ____________________
Password: ____________________

Site name: ____________________
Site address: ____________________
Login/Username: ____________________
Password: ____________________

Site name: ____________________
Site address: ____________________
Login/Username: ____________________
Password: ____________________

Site name: ____________________
Site address: ____________________
Login/Username: ____________________
Password: ____________________

Site name: ____________________
Site address: ____________________
Login/Username: ____________________
Password: ____________________

N

Site name: ______

Site address: ______

Login/Username: ______

Password: ______

Site name: ______

Site address: ______

Login/Username: ______

Password: ______

Site name: ______

Site address: ______

Login/Username: ______

Password: ______

Site name: ______

Site address: ______

Login/Username: ______

Password: ______

Site name: ______

Site address: ______

Login/Username: ______

Password: ______

N

Site name: ____
Site address: ______________________________________
Login/Username: __________________________________
Password: ____

Site name: ____
Site address: ______________________________________
Login/Username: __________________________________
Password: ____

Site name: ____
Site address: ______________________________________
Login/Username: __________________________________
Password: ____

Site name: ____
Site address: ______________________________________
Login/Username: __________________________________
Password: ____

Site name: ____
Site address: ______________________________________
Login/Username: __________________________________
Password: ____

N

Site name: ______________________________
Site address: ______________________________
Login/Username: ______________________________
Password: ______________________________

Site name: ______________________________
Site address: ______________________________
Login/Username: ______________________________
Password: ______________________________

Site name: ______________________________
Site address: ______________________________
Login/Username: ______________________________
Password: ______________________________

Site name: ______________________________
Site address: ______________________________
Login/Username: ______________________________
Password: ______________________________

Site name: ______________________________
Site address: ______________________________
Login/Username: ______________________________
Password: ______________________________

O

Site name: ________________________________
Site address: ______________________________
Login/Username: ___________________________
Password: _________________________________

Site name: ________________________________
Site address: ______________________________
Login/Username: ___________________________
Password: _________________________________

Site name: ________________________________
Site address: ______________________________
Login/Username: ___________________________
Password: _________________________________

Site name: ________________________________
Site address: ______________________________
Login/Username: ___________________________
Password: _________________________________

Site name: ________________________________
Site address: ______________________________
Login/Username: ___________________________
Password: _________________________________

O

Site name: ______________________________
Site address: ______________________________
Login/Username: ______________________________
Password: ______________________________

Site name: ______________________________
Site address: ______________________________
Login/Username: ______________________________
Password: ______________________________

Site name: ______________________________
Site address: ______________________________
Login/Username: ______________________________
Password: ______________________________

Site name: ______________________________
Site address: ______________________________
Login/Username: ______________________________
Password: ______________________________

Site name: ______________________________
Site address: ______________________________
Login/Username: ______________________________
Password: ______________________________

O

Site name: ______________________________
Site address: ______________________________
Login/Username: ______________________________
Password: ______________________________

Site name: ______________________________
Site address: ______________________________
Login/Username: ______________________________
Password: ______________________________

Site name: ______________________________
Site address: ______________________________
Login/Username: ______________________________
Password: ______________________________

Site name: ______________________________
Site address: ______________________________
Login/Username: ______________________________
Password: ______________________________

Site name: ______________________________
Site address: ______________________________
Login/Username: ______________________________
Password: ______________________________

O

Site name: ______________________________

Site address: ______________________________

Login/Username: ______________________________

Password: ______________________________

Site name: ______________________________

Site address: ______________________________

Login/Username: ______________________________

Password: ______________________________

Site name: ______________________________

Site address: ______________________________

Login/Username: ______________________________

Password: ______________________________

Site name: ______________________________

Site address: ______________________________

Login/Username: ______________________________

Password: ______________________________

Site name: ______________________________

Site address: ______________________________

Login/Username: ______________________________

Password: ______________________________

P

Site name: ____________________

Site address: ____________________

Login/Username: ____________________

Password: ____________________

Site name: ____________________

Site address: ____________________

Login/Username: ____________________

Password: ____________________

Site name: ____________________

Site address: ____________________

Login/Username: ____________________

Password: ____________________

Site name: ____________________

Site address: ____________________

Login/Username: ____________________

Password: ____________________

Site name: ____________________

Site address: ____________________

Login/Username: ____________________

Password: ____________________

P

Site name: ______________________
Site address: ______________________
Login/Username: ______________________
Password: ______________________

Site name: ______________________
Site address: ______________________
Login/Username: ______________________
Password: ______________________

Site name: ______________________
Site address: ______________________
Login/Username: ______________________
Password: ______________________

Site name: ______________________
Site address: ______________________
Login/Username: ______________________
Password: ______________________

Site name: ______________________
Site address: ______________________
Login/Username: ______________________
Password: ______________________

P

Site name: ______________________________
Site address: ____________________________
Login/Username: __________________________
Password: ______________________________

Site name: ______________________________
Site address: ____________________________
Login/Username: __________________________
Password: ______________________________

Site name: ______________________________
Site address: ____________________________
Login/Username: __________________________
Password: ______________________________

Site name: ______________________________
Site address: ____________________________
Login/Username: __________________________
Password: ______________________________

Site name: ______________________________
Site address: ____________________________
Login/Username: __________________________
Password: ______________________________

P

Site name: ______________________________
Site address: ______________________________
Login/Username: ______________________________
Password: ______________________________

Site name: ______________________________
Site address: ______________________________
Login/Username: ______________________________
Password: ______________________________

Site name: ______________________________
Site address: ______________________________
Login/Username: ______________________________
Password: ______________________________

Site name: ______________________________
Site address: ______________________________
Login/Username: ______________________________
Password: ______________________________

Site name: ______________________________
Site address: ______________________________
Login/Username: ______________________________
Password: ______________________________

Q

Site name: ______________________________
Site address: ____________________________
Login/Username: __________________________
Password: ______________________________

Site name: ______________________________
Site address: ____________________________
Login/Username: __________________________
Password: ______________________________

Site name: ______________________________
Site address: ____________________________
Login/Username: __________________________
Password: ______________________________

Site name: ______________________________
Site address: ____________________________
Login/Username: __________________________
Password: ______________________________

Site name: ______________________________
Site address: ____________________________
Login/Username: __________________________
Password: ______________________________

Q

Site name: ______________________________

Site address: ______________________________

Login/Username: ______________________________

Password: ______________________________

Site name: ______________________________

Site address: ______________________________

Login/Username: ______________________________

Password: ______________________________

Site name: ______________________________

Site address: ______________________________

Login/Username: ______________________________

Password: ______________________________

Site name: ______________________________

Site address: ______________________________

Login/Username: ______________________________

Password: ______________________________

Site name: ______________________________

Site address: ______________________________

Login/Username: ______________________________

Password: ______________________________

Q

Site name: ______________________________
Site address: ______________________________
Login/Username: ______________________________
Password: ______________________________

Site name: ______________________________
Site address: ______________________________
Login/Username: ______________________________
Password: ______________________________

Site name: ______________________________
Site address: ______________________________
Login/Username: ______________________________
Password: ______________________________

Site name: ______________________________
Site address: ______________________________
Login/Username: ______________________________
Password: ______________________________

Site name: ______________________________
Site address: ______________________________
Login/Username: ______________________________
Password: ______________________________

Q

Site name: ______________________________
Site address: ______________________________
Login/Username: ______________________________
Password: ______________________________

Site name: ______________________________
Site address: ______________________________
Login/Username: ______________________________
Password: ______________________________

Site name: ______________________________
Site address: ______________________________
Login/Username: ______________________________
Password: ______________________________

Site name: ______________________________
Site address: ______________________________
Login/Username: ______________________________
Password: ______________________________

Site name: ______________________________
Site address: ______________________________
Login/Username: ______________________________
Password: ______________________________

R

Site name: ______________________________
Site address: ______________________________
Login/Username: ______________________________
Password: ______________________________

Site name: ______________________________
Site address: ______________________________
Login/Username: ______________________________
Password: ______________________________

Site name: ______________________________
Site address: ______________________________
Login/Username: ______________________________
Password: ______________________________

Site name: ______________________________
Site address: ______________________________
Login/Username: ______________________________
Password: ______________________________

Site name: ______________________________
Site address: ______________________________
Login/Username: ______________________________
Password: ______________________________

R

Site name: ______________________________
Site address: ______________________________
Login/Username: ______________________________
Password: ______________________________

Site name: ______________________________
Site address: ______________________________
Login/Username: ______________________________
Password: ______________________________

Site name: ______________________________
Site address: ______________________________
Login/Username: ______________________________
Password: ______________________________

Site name: ______________________________
Site address: ______________________________
Login/Username: ______________________________
Password: ______________________________

Site name: ______________________________
Site address: ______________________________
Login/Username: ______________________________
Password: ______________________________

R

Site name: ____________________

Site address: ____________________

Login/Username: ____________________

Password: ____________________

Site name: ____________________

Site address: ____________________

Login/Username: ____________________

Password: ____________________

Site name: ____________________

Site address: ____________________

Login/Username: ____________________

Password: ____________________

Site name: ____________________

Site address: ____________________

Login/Username: ____________________

Password: ____________________

Site name: ____________________

Site address: ____________________

Login/Username: ____________________

Password: ____________________

R

Site name: ______________________________
Site address: ______________________________
Login/Username: ______________________________
Password: ______________________________

Site name: ______________________________
Site address: ______________________________
Login/Username: ______________________________
Password: ______________________________

Site name: ______________________________
Site address: ______________________________
Login/Username: ______________________________
Password: ______________________________

Site name: ______________________________
Site address: ______________________________
Login/Username: ______________________________
Password: ______________________________

Site name: ______________________________
Site address: ______________________________
Login/Username: ______________________________
Password: ______________________________

S

Site name: ________________________
Site address: ________________________
Login/Username: ________________________
Password: ________________________

Site name: ________________________
Site address: ________________________
Login/Username: ________________________
Password: ________________________

Site name: ________________________
Site address: ________________________
Login/Username: ________________________
Password: ________________________

Site name: ________________________
Site address: ________________________
Login/Username: ________________________
Password: ________________________

Site name: ________________________
Site address: ________________________
Login/Username: ________________________
Password: ________________________

S

Site name: ____________________
Site address: ____________________
Login/Username: ____________________
Password: ____________________

Site name: ____________________
Site address: ____________________
Login/Username: ____________________
Password: ____________________

Site name: ____________________
Site address: ____________________
Login/Username: ____________________
Password: ____________________

Site name: ____________________
Site address: ____________________
Login/Username: ____________________
Password: ____________________

Site name: ____________________
Site address: ____________________
Login/Username: ____________________
Password: ____________________

S

Site name: ____
Site address: ______________________________________
Login/Username: ___________________________________
Password: ____

Site name: ____
Site address: ______________________________________
Login/Username: ___________________________________
Password: ____

Site name: ____
Site address: ______________________________________
Login/Username: ___________________________________
Password: ____

Site name: ____
Site address: ______________________________________
Login/Username: ___________________________________
Password: ____

Site name: ____
Site address: ______________________________________
Login/Username: ___________________________________
Password: ____

S

Site name: ___

Site address: ___

Login/Username: ___

Password: ___

Site name: ___

Site address: ___

Login/Username: ___

Password: ___

Site name: ___

Site address: ___

Login/Username: ___

Password: ___

Site name: ___

Site address: ___

Login/Username: ___

Password: ___

Site name: ___

Site address: ___

Login/Username: ___

Password: ___

T

Site name: ____________________
Site address: ____________________
Login/Username: ____________________
Password: ____________________

Site name: ____________________
Site address: ____________________
Login/Username: ____________________
Password: ____________________

Site name: ____________________
Site address: ____________________
Login/Username: ____________________
Password: ____________________

Site name: ____________________
Site address: ____________________
Login/Username: ____________________
Password: ____________________

Site name: ____________________
Site address: ____________________
Login/Username: ____________________
Password: ____________________

T

Site name: ______________________________
Site address: ______________________________
Login/Username: ______________________________
Password: ______________________________

Site name: ______________________________
Site address: ______________________________
Login/Username: ______________________________
Password: ______________________________

Site name: ______________________________
Site address: ______________________________
Login/Username: ______________________________
Password: ______________________________

Site name: ______________________________
Site address: ______________________________
Login/Username: ______________________________
Password: ______________________________

Site name: ______________________________
Site address: ______________________________
Login/Username: ______________________________
Password: ______________________________

T

Site name: ________________________________
Site address: ______________________________
Login/Username: ___________________________
Password: _________________________________

Site name: ________________________________
Site address: ______________________________
Login/Username: ___________________________
Password: _________________________________

Site name: ________________________________
Site address: ______________________________
Login/Username: ___________________________
Password: _________________________________

Site name: ________________________________
Site address: ______________________________
Login/Username: ___________________________
Password: _________________________________

Site name: ________________________________
Site address: ______________________________
Login/Username: ___________________________
Password: _________________________________

T

Site name: ____
Site address: ______________________________________
Login/Username: __________________________________
Password: ____

Site name: ____
Site address: ______________________________________
Login/Username: __________________________________
Password: ____

Site name: ____
Site address: ______________________________________
Login/Username: __________________________________
Password: ____

Site name: ____
Site address: ______________________________________
Login/Username: __________________________________
Password: ____

Site name: ____
Site address: ______________________________________
Login/Username: __________________________________
Password: ____

U

Site name: ______________________________
Site address: ______________________________
Login/Username: ______________________________
Password: ______________________________

Site name: ______________________________
Site address: ______________________________
Login/Username: ______________________________
Password: ______________________________

Site name: ______________________________
Site address: ______________________________
Login/Username: ______________________________
Password: ______________________________

Site name: ______________________________
Site address: ______________________________
Login/Username: ______________________________
Password: ______________________________

Site name: ______________________________
Site address: ______________________________
Login/Username: ______________________________
Password: ______________________________

U

Site name: ______________________________
Site address: ______________________________
Login/Username: ______________________________
Password: ______________________________

Site name: ______________________________
Site address: ______________________________
Login/Username: ______________________________
Password: ______________________________

Site name: ______________________________
Site address: ______________________________
Login/Username: ______________________________
Password: ______________________________

Site name: ______________________________
Site address: ______________________________
Login/Username: ______________________________
Password: ______________________________

Site name: ______________________________
Site address: ______________________________
Login/Username: ______________________________
Password: ______________________________

U

Site name: ______________________________
Site address: ______________________________
Login/Username: ______________________________
Password: ______________________________

Site name: ______________________________
Site address: ______________________________
Login/Username: ______________________________
Password: ______________________________

Site name: ______________________________
Site address: ______________________________
Login/Username: ______________________________
Password: ______________________________

Site name: ______________________________
Site address: ______________________________
Login/Username: ______________________________
Password: ______________________________

Site name: ______________________________
Site address: ______________________________
Login/Username: ______________________________
Password: ______________________________

U

Site name: ______________________________
Site address: ______________________________
Login/Username: ______________________________
Password: ______________________________

Site name: ______________________________
Site address: ______________________________
Login/Username: ______________________________
Password: ______________________________

Site name: ______________________________
Site address: ______________________________
Login/Username: ______________________________
Password: ______________________________

Site name: ______________________________
Site address: ______________________________
Login/Username: ______________________________
Password: ______________________________

Site name: ______________________________
Site address: ______________________________
Login/Username: ______________________________
Password: ______________________________

V

Site name: ____________________
Site address: ____________________
Login/Username: ____________________
Password: ____________________

Site name: ____________________
Site address: ____________________
Login/Username: ____________________
Password: ____________________

Site name: ____________________
Site address: ____________________
Login/Username: ____________________
Password: ____________________

Site name: ____________________
Site address: ____________________
Login/Username: ____________________
Password: ____________________

Site name: ____________________
Site address: ____________________
Login/Username: ____________________
Password: ____________________

V

Site name: ______________________________
Site address: ______________________________
Login/Username: ______________________________
Password: ______________________________

Site name: ______________________________
Site address: ______________________________
Login/Username: ______________________________
Password: ______________________________

Site name: ______________________________
Site address: ______________________________
Login/Username: ______________________________
Password: ______________________________

Site name: ______________________________
Site address: ______________________________
Login/Username: ______________________________
Password: ______________________________

Site name: ______________________________
Site address: ______________________________
Login/Username: ______________________________
Password: ______________________________

V

Site name: ______________________________
Site address: ______________________________
Login/Username: ______________________________
Password: ______________________________

Site name: ______________________________
Site address: ______________________________
Login/Username: ______________________________
Password: ______________________________

Site name: ______________________________
Site address: ______________________________
Login/Username: ______________________________
Password: ______________________________

Site name: ______________________________
Site address: ______________________________
Login/Username: ______________________________
Password: ______________________________

Site name: ______________________________
Site address: ______________________________
Login/Username: ______________________________
Password: ______________________________

V

Site name: ______________________________

Site address: ______________________________

Login/Username: ______________________________

Password: ______________________________

Site name: ______________________________

Site address: ______________________________

Login/Username: ______________________________

Password: ______________________________

Site name: ______________________________

Site address: ______________________________

Login/Username: ______________________________

Password: ______________________________

Site name: ______________________________

Site address: ______________________________

Login/Username: ______________________________

Password: ______________________________

Site name: ______________________________

Site address: ______________________________

Login/Username: ______________________________

Password: ______________________________

W

Site name: ______________________________
Site address: ______________________________
Login/Username: ______________________________
Password: ______________________________

Site name: ______________________________
Site address: ______________________________
Login/Username: ______________________________
Password: ______________________________

Site name: ______________________________
Site address: ______________________________
Login/Username: ______________________________
Password: ______________________________

Site name: ______________________________
Site address: ______________________________
Login/Username: ______________________________
Password: ______________________________

Site name: ______________________________
Site address: ______________________________
Login/Username: ______________________________
Password: ______________________________

W

Site name: ______________________________
Site address: ______________________________
Login/Username: ______________________________
Password: ______________________________

Site name: ______________________________
Site address: ______________________________
Login/Username: ______________________________
Password: ______________________________

Site name: ______________________________
Site address: ______________________________
Login/Username: ______________________________
Password: ______________________________

Site name: ______________________________
Site address: ______________________________
Login/Username: ______________________________
Password: ______________________________

Site name: ______________________________
Site address: ______________________________
Login/Username: ______________________________
Password: ______________________________

W

Site name: ______________________________
Site address: ______________________________
Login/Username: ______________________________
Password: ______________________________

Site name: ______________________________
Site address: ______________________________
Login/Username: ______________________________
Password: ______________________________

Site name: ______________________________
Site address: ______________________________
Login/Username: ______________________________
Password: ______________________________

Site name: ______________________________
Site address: ______________________________
Login/Username: ______________________________
Password: ______________________________

Site name: ______________________________
Site address: ______________________________
Login/Username: ______________________________
Password: ______________________________

W

Site name: ______________________________

Site address: ______________________________

Login/Username: ______________________________

Password: ______________________________

Site name: ______________________________

Site address: ______________________________

Login/Username: ______________________________

Password: ______________________________

Site name: ______________________________

Site address: ______________________________

Login/Username: ______________________________

Password: ______________________________

Site name: ______________________________

Site address: ______________________________

Login/Username: ______________________________

Password: ______________________________

Site name: ______________________________

Site address: ______________________________

Login/Username: ______________________________

Password: ______________________________

X

Site name: ____________________
Site address: ____________________
Login/Username: ____________________
Password: ____________________

Site name: ____________________
Site address: ____________________
Login/Username: ____________________
Password: ____________________

Site name: ____________________
Site address: ____________________
Login/Username: ____________________
Password: ____________________

Site name: ____________________
Site address: ____________________
Login/Username: ____________________
Password: ____________________

Site name: ____________________
Site address: ____________________
Login/Username: ____________________
Password: ____________________

X

Site name: ___

Site address: ___

Login/Username: ___

Password: ___

Site name: ___

Site address: ___

Login/Username: ___

Password: ___

Site name: ___

Site address: ___

Login/Username: ___

Password: ___

Site name: ___

Site address: ___

Login/Username: ___

Password: ___

Site name: ___

Site address: ___

Login/Username: ___

Password: ___

X

Site name: ______________________________
Site address: ______________________________
Login/Username: ______________________________
Password: ______________________________

Site name: ______________________________
Site address: ______________________________
Login/Username: ______________________________
Password: ______________________________

Site name: ______________________________
Site address: ______________________________
Login/Username: ______________________________
Password: ______________________________

Site name: ______________________________
Site address: ______________________________
Login/Username: ______________________________
Password: ______________________________

Site name: ______________________________
Site address: ______________________________
Login/Username: ______________________________
Password: ______________________________

X

Site name: ______________________________
Site address: ______________________________
Login/Username: ______________________________
Password: ______________________________

Site name: ______________________________
Site address: ______________________________
Login/Username: ______________________________
Password: ______________________________

Site name: ______________________________
Site address: ______________________________
Login/Username: ______________________________
Password: ______________________________

Site name: ______________________________
Site address: ______________________________
Login/Username: ______________________________
Password: ______________________________

Site name: ______________________________
Site address: ______________________________
Login/Username: ______________________________
Password: ______________________________

Y

Site name: ______________________________
Site address: ______________________________
Login/Username: ______________________________
Password: ______________________________

Site name: ______________________________
Site address: ______________________________
Login/Username: ______________________________
Password: ______________________________

Site name: ______________________________
Site address: ______________________________
Login/Username: ______________________________
Password: ______________________________

Site name: ______________________________
Site address: ______________________________
Login/Username: ______________________________
Password: ______________________________

Site name: ______________________________
Site address: ______________________________
Login/Username: ______________________________
Password: ______________________________

Y

Site name: ____________________
Site address: ____________________
Login/Username: ____________________
Password: ____________________

Site name: ____________________
Site address: ____________________
Login/Username: ____________________
Password: ____________________

Site name: ____________________
Site address: ____________________
Login/Username: ____________________
Password: ____________________

Site name: ____________________
Site address: ____________________
Login/Username: ____________________
Password: ____________________

Site name: ____________________
Site address: ____________________
Login/Username: ____________________
Password: ____________________

Y

Site name: ______________________________
Site address: ______________________________
Login/Username: ______________________________
Password: ______________________________

Site name: ______________________________
Site address: ______________________________
Login/Username: ______________________________
Password: ______________________________

Site name: ______________________________
Site address: ______________________________
Login/Username: ______________________________
Password: ______________________________

Site name: ______________________________
Site address: ______________________________
Login/Username: ______________________________
Password: ______________________________

Site name: ______________________________
Site address: ______________________________
Login/Username: ______________________________
Password: ______________________________

Y

Site name: ______________________________
Site address: ______________________________
Login/Username: ______________________________
Password: ______________________________

Site name: ______________________________
Site address: ______________________________
Login/Username: ______________________________
Password: ______________________________

Site name: ______________________________
Site address: ______________________________
Login/Username: ______________________________
Password: ______________________________

Site name: ______________________________
Site address: ______________________________
Login/Username: ______________________________
Password: ______________________________

Site name: ______________________________
Site address: ______________________________
Login/Username: ______________________________
Password: ______________________________

Z

Site name: ____________________

Site address: ____________________

Login/Username: ____________________

Password: ____________________

Site name: ____________________

Site address: ____________________

Login/Username: ____________________

Password: ____________________

Site name: ____________________

Site address: ____________________

Login/Username: ____________________

Password: ____________________

Site name: ____________________

Site address: ____________________

Login/Username: ____________________

Password: ____________________

Site name: ____________________

Site address: ____________________

Login/Username: ____________________

Password: ____________________

Z

Site name: ____________________

Site address: ____________________

Login/Username: ____________________

Password: ____________________

Site name: ____________________

Site address: ____________________

Login/Username: ____________________

Password: ____________________

Site name: ____________________

Site address: ____________________

Login/Username: ____________________

Password: ____________________

Site name: ____________________

Site address: ____________________

Login/Username: ____________________

Password: ____________________

Site name: ____________________

Site address: ____________________

Login/Username: ____________________

Password: ____________________

Z

Site name: ______________________________
Site address: ______________________________
Login/Username: ______________________________
Password: ______________________________

Site name: ______________________________
Site address: ______________________________
Login/Username: ______________________________
Password: ______________________________

Site name: ______________________________
Site address: ______________________________
Login/Username: ______________________________
Password: ______________________________

Site name: ______________________________
Site address: ______________________________
Login/Username: ______________________________
Password: ______________________________

Site name: ______________________________
Site address: ______________________________
Login/Username: ______________________________
Password: ______________________________

Z

Site name: ______________________________

Site address: ______________________________

Login/Username: ______________________________

Password: ______________________________

Site name: ______________________________

Site address: ______________________________

Login/Username: ______________________________

Password: ______________________________

Site name: ______________________________

Site address: ______________________________

Login/Username: ______________________________

Password: ______________________________

Site name: ______________________________

Site address: ______________________________

Login/Username: ______________________________

Password: ______________________________

Site name: ______________________________

Site address: ______________________________

Login/Username: ______________________________

Password: ______________________________

Made in the USA
Monee, IL
04 November 2026

67377523R00059